അടയാളം

adayalam

•

subramaniyan kuttikkol

•

first edition
june 2011

•

typesetting
star communication

•

published
chintha publishers, thiruvananthapuram

•

printed
akshara offset, thiruvananthapuram

•

cover
black mole

വിതരണം

ദേശാഭിമാനി ബുക്ക് ഹൗസ്

H O തിരുവനന്തപുരം–695 001

ബ്രാഞ്ചുകൾ

ഓവർബ്രിഡ്ജ് തിരുവനന്തപുരം • കെ എസ് ആർ ടി സി ബസ് സ്റ്റേഷൻ ആലപ്പുഴ • കെ എസ് ആർ ടി സി ബസ് സ്റ്റേഷൻ എറണാകുളം • ഐ ജി റോഡ് കോഴിക്കോട് • മാവൂർ റോഡ് കോഴിക്കോട് • എൻ ജി ഒ യൂണിയൻ ബിൽഡിങ് കണ്ണൂർ • സെൻട്രൽ ബസ് ടെർമിനൽ കോംപ്ലക്സ് താവക്കര കണ്ണൂർ • മച്ചിങ്ങൽ ലെയ്ൻ തൃശൂർ

CO - 1603 / 2724

അടയാളം
(കവിതകൾ)

സുബ്രഹ്മണ്യൻ കുറ്റിക്കോൽ

ചിന്ത പബ്ലിഷേഴ്സ്
തിരുവനന്തപുരം-695 001
വില : ₹ 40

സുബ്രഹ്മണ്യൻ കുറ്റിക്കോൽ

കണ്ണൂർ ജില്ലയിലെ കുറ്റിക്കോലിൽ ജനനം. അച്ഛൻ: പറശ്ശിനി മഠപ്പുര കുഞ്ഞിരാമൻ; അമ്മ: തൈക്കണ്ടി കല്യാണി. *ഇര* എന്ന ഖണ്ഡകാവ്യവും *അകമുറിവുകൾ* എന്ന കവിതാസമാഹാരവും പ്രസിദ്ധീകരിച്ചു. *തമോഗർത്തം* എന്ന നാടകസമാഹാരം എസ് പി സി എസ് പ്രസിദ്ധീകരിച്ചു. നാടകരംഗത്തും ഗ്രന്ഥശാലാപ്രവർത്തനത്തിലും ശാസ്ത്ര സാഹിത്യപരിഷത്ത്, പുരോഗമന കലാസാഹിത്യസംഘം തുടങ്ങി സാമൂഹിക-രാഷ്ട്രീയരംഗങ്ങളിലും സജീവമായിരുന്നു. ദീർഘകാലം കുറ്റിക്കോൽ യുവജനവായനശാലയുടെ സെക്രട്ടറിയായിരുന്നു. ആനുകാലികങ്ങളിൽ കവിതകളും നാടകങ്ങളും ലേഖനങ്ങളും എഴുതാറുണ്ട്. 2005 ലും 2006 ലും കൈരളി-അറ്റ്ലസ് സാഹിത്യപുരസ്കാരങ്ങൾ ലഭിച്ചിട്ടുണ്ട്. അവിവാഹിതനാണ്.

വിലാസം : സുബ്രഹ്മണ്യൻ കുറ്റിക്കോൽ
കുറ്റിക്കോൽ പി ഒ
തളിപ്പറമ്പ്
കണ്ണൂർ – 670141
ഫോൺ 9495723832

ഉള്ളടക്കം

മുഖവുര

ജനനംതൊട്ട് കൂടെയുണ്ടെങ്കിലും ഒരുതവണമാത്രം പുണർന്ന് സഹധർമിണിയോടുള്ള പ്രണയം കാൽപ്പനികതലത്തിൽ നിലനിർത്തു മ്പോഴും ഇന്ദ്രിയാസക്തിയോടൊട്ടിപ്പിടിക്കാനുള്ള വെമ്പൽ, *യൂറിൻക്യാൻ* എന്ന കവിതയിൽ കാണാം. ജീവിവർഗത്തിന്റെ ജീവൻ നിലനിർത്താ നുള്ള സഹജവാസനയായിരിക്കാം ഇത്. പ്രണയം ബോധത്തിന്റെ ജല പാളികൾക്കപ്പുറം കാത്തിരിക്കുന്ന വെളുത്ത തലയോട്ടിച്ചിരിയാണിത്. ഒരു കൈകൊണ്ട് മരണത്തെ അകറ്റിപ്പിടിച്ച് മറുകൈകൊണ്ട് അക്ഷര ങ്ങൾ കുറിച്ചിടുന്നതും ഈ സഹജവാസനയുടെ കർമനിർവഹണമാവാം.

തീവ്രമായ ആത്മഗതങ്ങളോടൊപ്പം നടുക്കുന്ന ജാലകക്കാഴ്ചകളും സമന്വയിപ്പിച്ചുകൊണ്ടാണ് *അടയാളം* ഒരുക്കിയിട്ടുള്ളത്. ഹൃദയംകൊണ്ടെ ഴുതിയ, കവിതകളുടെ ഉൾക്കാമ്പിൽ സ്പർശിക്കുന്ന അവതാരികയിലൂടെ ഈ കവിതാസമാഹാരത്തെ മൂല്യവത്താക്കിയ മലയാളത്തിന്റെ പ്രിയ കവി ശ്രീ. ഏഴാച്ചേരി രാമചന്ദ്രനും, എല്ലാവിധ പ്രോത്സാഹനവും നൽകി പ്രസിദ്ധീകരണത്തിന് സഹായിച്ച സ: എം വി ഗോവിന്ദൻമാസ്റ്റർക്കും പുസ്തകപ്രസാധനം ഭംഗിയായി നിർവഹിച്ച ചിന്ത പബ്ലിഷേഴ്സിനും എന്റെ അകമഴിഞ്ഞ കൃതജ്ഞത ഇവിടെ രേഖപ്പെടുത്തുന്നു.

സുബ്രഹ്മണ്യൻ കുറ്റിക്കോൽ

അവതാരിക

നാട്ടുതൊടിയിലെ കയ്പവല്ലരി

ഏഴാച്ചേരി രാമചന്ദ്രൻ

ആണിന്റെയും പെണ്ണിന്റെയും ശരീരത്തിലെ രഹസ്യാവയവങ്ങളുടെ പേരുപറയുന്നതും അവയുടെ ചിത്രമായും അല്ലാതെയുമുള്ള പ്രദർശിപ്പിക്കലുമാണ് അശ്ലീലമെന്ന ധാരണ ഉപരിപ്ലവബുദ്ധികൾക്കിടയിൽ ഇന്നു വ്യാപകമായുണ്ട്. ഈ തെമ്മാടിച്ചിന്ത മാറ്റിയേ തീരൂ.

കൂറ്റൻ മാളിക പണിയുന്നവൻ സുഖശീതളമായി അതിലുറങ്ങുമ്പോൾ പുതച്ചുറങ്ങാൻ സ്വന്തം തൊലിമാത്രം കൂട്ടായി കടത്തിണ്ണയിൽ അന്തിചായുന്നതേക്കാൾ നീചമായ അശ്ലീലം വേറെന്താണ്? രാജാവു നഗ്നനാണെന്ന് ഉറക്കെ വിളിച്ചുപറയുന്നവൻ തുടലുകളിൽ പിടയുന്നതും ഏറ്റവും പെരിയ അശ്ലീലമാകുന്നു. സമൂഹത്തിലെ ഇത്തരം നിരപ്പുകേടുകൾക്കെതിരെ പ്രതികരിക്കുകയെന്നതാണല്ലോ അവധൂതസ്വരൂപിയായ കവിയുടെ, എഴുത്തുകാരന്റെ ചരിത്രനിയോഗം.

എങ്കിൽ ഈ കാലദൗത്യം ഏറ്റവും സ്തുത്യർഹമാംവിധം നിർവഹിക്കുന്ന യുവകവികളിൽ പ്രമുഖനാണ് ശ്രീ. സുബ്രഹ്മണ്യൻ കുറ്റിക്കോലെന്ന് നിസ്സംശയം പറയാം. അദ്ദേഹത്തിന്റെ മൂന്നാമത്തെ കവിതാസമാഹാരമാണ് ഇപ്പോൾ കൺവെട്ടത്തുള്ളത്.

*ഇരയ്*ക്കും *അകമുറിവുകൾ*ക്കും ശേഷം അർഥപൂർണമാംവിധം *അടയാളം* എന്നാണ് ഈ സമാഹാരത്തിന് അദ്ദേഹം പേരിട്ടിരിക്കുന്നത്. സമൂഹത്തിന്റെ വെൺകളിഭിത്തിമേൽ തന്റേതായ കരൾച്ചൂരും വിരൽമുദ്രയും പതിപ്പിക്കാനുള്ള തീവ്രമായ കൊതിയാണ് തുടക്കംമുതലേ ഈ കവിതകളുടെ ഓരോ രോമകൂപത്തിലും പ്രകടമാവുന്നത്.

ജീവിതത്തിന്റെ ഓരോ പ്രാണവിന്യാസച്ചാർത്തുകളിന്മേലും ഉമിനീരുതൊട്ട് കൊതി പടർത്തുന്ന സൗന്ദര്യക്കളിമ്പങ്ങളാണ് സുബ്രഹ്മണ്യൻ കവിതകൾക്ക് അണിയലങ്ങളാകുന്നത്.

തേങ്ങാപ്പാലിൽ തിളച്ചുവറ്റിയ ആറ്റുമീനും
ചേനപ്പുളിങ്കറിയും
ചോന്നുള്ളിചേർത്ത പരിപ്പുവറവും
അത്താഴം കൊഴുകൊഴുക്കും
"പരിപ്പുവറവില്ലാണ്ട് നിന്റേട്ടന്
ചോറെറങ്ങൂല്ലല്ലോ നാത്തൂനേ"
അമ്മയോടമ്മായീടെ പൊങ്ങച്ചം

കുഞ്ഞപ്പു അമ്മാവന്റെ രുചിഭേദങ്ങൾ

തുടക്കത്തിൽ കാണുന്ന ഈ കവിതയുടെ മേലാസകലം ഇത്തരത്തിൽ തിളച്ചുമറിയുന്ന നാട്ടുകൊതികളുടെ എരിവും ചന്തവുമാണ്. ഉൾനാടൻ കനിമൊഴികളുടെ മ്ലേച്ഛത തീണ്ടാത്ത ഉയിർപ്പുചന്തങ്ങളുടെ സുതാര്യപ്രദർശനശാലയാണ് ഈ കവിത.

നന്നേ ചെറുതിലേ രോഗത്തിനു കീഴടങ്ങി കട്ടിൽക്കുഴി ശരണമാകയാൽ വേറൊന്നും ചിന്തിക്കാതെ മനോരാജ്യങ്ങളിൽ മുഴുകലേ ഈ കവിയുടെ വേല. സുബ്രഹ്മണ്യനെ 'ജ്യോത്സ്യൻമകൻ' എന്നാണ് ഭാരതപുരാണം വിളിക്കുന്നത്. ഭാവി പ്രവചനപ്പെരുമയിൽ സമകാലികരെ വിസ്മയിപ്പിക്കാനുള്ള ദർശനഗരിമ ഈ കവിക്ക് വേണ്ടുവോളമുണ്ട്.

കൽപ്പകവൃക്ഷത്തൊണ്ടുവീഴുന്ന
വെള്ളായിക്കടൽത്തീരത്ത്
പുത്രപിണ്ഡം ഭുജിച്ച
ബലിക്കാക്കകൾ കാത്തിരുന്നു

'ഇങ്ങനെയും ചരിത്രത്തിലൊരിടം' എന്ന കവിതയുടെ തുടക്കം ഇങ്ങനെ. സാമാന്യം ഭേദപ്പെട്ട തന്റെ വായനയുടെ അകമുറിവുകളെ ഇത്തരത്തിൽ വർണരേണുക്കൾ ചാർത്തി തീവ്രമായ അനുഭൂതിയാക്കി മാറ്റാനുള്ള രാസവിദ്യ ഓരോ കവിതയിലും ഇദ്ദേഹം പ്രകടിപ്പിക്കുന്നുണ്ട്. 'അജ്ഞാനം' എന്ന ഒടുവിലായി വരുന്ന കവിതയിൽപ്പോലും ഈ വ്യഥാഭരിതസ്വപ്നസന്നിവേശം കാണുന്നു.

വേദനയും രോഗചിന്തയും നാലുചുവരുകൾക്കുള്ളിലെ സങ്കടപ്പെരുക്കങ്ങളും ചേർന്ന് ഉലയൂതിപ്പെരുപ്പിച്ച കൊടുംതീയിൽ അക്ഷരങ്ങളെ സദാനേരവും ചുട്ടുപഴുപ്പിക്കയാൽ ഓരോ വാക്കിനും വല്ലാത്ത മൂർച്ചയാണ്; വരച്ചുതൂക്കുന്ന ഫ്രെയിമുകൾക്കും

യശശ്ശരീരനായ മഹാത്മാവിനെ
ആദരിക്കുന്നതേക്കാൾ അഭികാമ്യം
അതിജീവിക്കുന്ന ശവങ്ങളെ
പ്രീതിപ്പെടുത്തുകയാണല്ലോ

'സുവർണജൂബിലി'

ആരാധിക്കാൻ മുഖവും പുഷ്പാർച്ചനയ്ക്ക് പാദങ്ങളും മാത്രം കണ്ടിച്ചെടുത്ത് അദ്ദേഹത്തിന്റെ ഉടൽ എന്ന ജീവിതത്തെ അപ്പാടെ നിരസിച്ച

ജനതയെ വരച്ചുകാട്ടുന്ന ഈ കവിതയെ കടുത്ത രാഷ്ട്രീയകവിത എന്ന് വിളിപ്പേരിട്ട് ഒതുക്കുന്നത് ധർമമല്ല.

പെരിയ മരങ്ങൾ അറുത്തുമുറിച്ച് വലിയ ഫർണിച്ചറുകൾ നിർമിച്ച് ഒക്കെയും നിരത്തി അവയ്ക്കു കാവലായി കാലും കവച്ചിരിക്കുന്ന തടിയൻ സേട്ടുവല്ല കവിതയിലെ ഈ 'തച്ചുപണിച്ചെക്കൻ.' കൊച്ചുകൊച്ചു മരത്തുണ്ടുകൾ, വളപ്പൊട്ടുകൾ, ഉടഞ്ഞചില്ലുകൾ, ഉരുളൻകല്ലുകൾ ഇവയൊക്കെച്ചേർത്ത് താൻ മനസുകൊണ്ടു തൊട്ട രാജകുമാരിയേയും വേട്ടമൃഗത്തെയും അടർന്നുതൂങ്ങുന്ന കരിമേഘപാളിയേയും കാറ്റുതുപ്പുന്ന ചിന്നച്ചാത്തനേയും ഒക്കെ നിർമിച്ച് വഴിയോരത്തെ ആലിൻചുവട്ടിൻ വ്രതശുദ്ധിയോടെ നിരത്തി ചിന്തുമൂളിക്കാവലിരിക്കുന്ന നാട്ടുപുന്നാരം – അതാണ് സുബ്രഹ്മണ്യൻകവിത.

അത്താഴം കഴിഞ്ഞ ആശാരി
മരമുട്ടികൾ കൂട്ടിയിണക്കി
നാലുകാലിൽ നിർത്തുമ്പോൾ
ആശാരിച്ചിയ്ക്കു നാണം
"നമുക്കും സ്വന്തമായ്
ഒരു കട്ടിൽ വേണ്ടേ?"
"നമുക്കോരോ രാവും
പുതുപുത്തൻ കട്ടിൽ."

പുതിയ കാലത്ത്, പുതുകവിതയിൽ, പുതുനാമ്പുകൾ തിരുകിവയ്ക്കുന്ന ഇത്തരം ധ്വനിമിന്നാട്ടങ്ങൾ കവിതയുടെ സുഗന്ധവാഹിയായ കുന്തളസമൃദ്ധിയെ ഒട്ടൊന്നുമല്ല ചേലുള്ളതാക്കുന്നത്.

താളത്തിലും താളമില്ലാതെയും ഏതുവഴിക്കും തന്റെ കുസൃതിപ്പയ്യ് മേഞ്ഞുനടക്കുമെന്ന മനോധാർഷ്ട്യം, അതായത് പണിക്കോപ്പിന്മേലുള്ള കൈച്ചുറുക്ക്, അതായത് വാക്കിന്മേലുള്ള ബ്രഹ്മസുന്ദരമായ അടയിരിപ്പ്, അത് ഈ കവിക്ക് ഏറും. ഈ സമാഹാരത്തിലെ ഏറെ ശ്രദ്ധേയമായ 'അമ്മായി' എന്ന കവിത, സുബ്രഹ്മണ്യന്റെ പ്രതിഭാവിലാസത്തിനും നേരിയ നയരേഖകളാൽ മിഴിവാർന്ന ചിത്രം വരയ്ക്കാനുള്ള സാമർഥ്യത്തിനും നല്ല ഉദാഹരണമാണ്.

പുല്ലിൽപ്പഴുത്ത കണിവെള്ളരിക്കകൾ
പൊതിയുന്ന കച്ചക്കസവുവേഷ്ടി
ഇളവെയിലുമേൽക്കാതെ നിഴലിൽ വളർന്ന
ഇളവന്റെ വട്ടി മറയ്ക്കില്ല
മത്തങ്ങാച്ചുഴിപ്പൊക്കിളിൻകീഴെ
പുടവയുടുക്കുന്നോളമ്മായി..
കാമ്പുപെരക്കിന്റെ മണമാണ്
കാളനും തോൽക്കുന്ന നിറമാണ്
തേൻപാൽ മത്യക്കുന്ന മൊഴിയാണ്
തേങ്ങാമുറിപോലെ ചിരിയാണ്..

പച്ചജീവിതത്തിന്റെ കോലായപ്പുറത്തുനിന്ന് പൊടിതട്ടിയെടുത്ത ഉപമാനങ്ങൾ, തൊടിയിലെ വള്ളിപ്പടർപ്പിൽ നിന്ന് മഞ്ഞുതുള്ളികൾ കുടയാതെ പറിച്ചെടുത്ത ദൃശ്യങ്ങൾ, ഒട്ടുമേ അരിക്കാതെ ശേഖരിച്ച കാട്ടുതേൻ; ഈ കവിത വളരെ വ്യത്യസ്തമായ ഒരു വായനാനുഭവമാണ്.

മറ്റുള്ളവർ തൊട്ട് ശുദ്ധംമാറാത്ത കൽപ്പനകളാണ് പല കവിതകളിലും. നാട്യങ്ങൾ തീരെയുമില്ല. ഓരംചേർന്നുള്ള ദുർന്നടപ്പിനിടയിൽ കണ്ണിലേക്കു പൊന്നീച്ചകണക്കെ പാറിവീണ പൂതലിച്ച കാഴ്ചകളെ തെല്ലുമേ ചിറകുതിരുമ്മി അലങ്കോലമാക്കാതെ സൂക്ഷ്മതയോടെ നുള്ളിയെടുത്ത് കണ്ണാടിയിൽപ്പതിക്കുന്ന കൗമാരക്കുസൃതി. ചുവര്, മുള്ള്, അത്താഴം, പെൺപക്ഷം, യൂറിൻക്യാൻ, ഹൃദയം, ശൈത്യം തുടങ്ങിയ കവിതകളിൽ ഈ നെഞ്ചുപൊള്ളിക്കുന്ന കുട്ടിക്കുറുമ്പ് പ്രകടമാണ്.

ചുറ്റും കൂടിനിൽക്കുന്നവരെ കുടുകുടെ ചിരിപ്പിക്കുന്ന തെരുവുസർക്കസിലെ കോമാളിയെന്ന് ചിലപ്പോൾ തോന്നിയേക്കാം. പക്ഷേ മുഖത്തെഴുത്തുകൾ അടർത്തിമാറ്റുമ്പോഴാണ് കരളിനുതാഴെയുള്ള തിരുമുറിവ് പ്രകടമാവുന്നത്.

ഇതുവരെയും വണ്ടിൻകാൽ പതിയാത്ത നിരവധി ഉപമാനദലങ്ങൾ, രാകിമിനുക്കി തേച്ചുമൂർച്ചകൂട്ടിയ ശരസമാന സങ്കടങ്ങൾ, മുനിഞ്ഞുകത്തുന്ന, ശവഗന്ധിപ്പൂക്കൾ കണക്കെയുള്ള നിറംകെട്ട നെടുവീർപ്പുകൾ – സുബ്രഹ്മണ്യൻ കവിതയ്ക്ക് ഏറെയാണ് സവിശേഷതകൾ. ഈ പുസ്തകത്തിൽ *കുഞ്ഞപ്പു അമ്മാവന്റെ രുചിഭേദങ്ങൾ* മുതൽ *ശങ്കരം* വരെ ആകെ 22 കവിതകൾ. ഇവയോരോന്നും പ്രത്യേകമായ പഠനം അർഹിക്കുന്നവയാണ്.

അഭിമാനാദരങ്ങളോടെ ഈ പുസ്തകത്തെ സഹൃദയർക്കു മുന്നിൽ സമർപ്പിക്കട്ടെ.

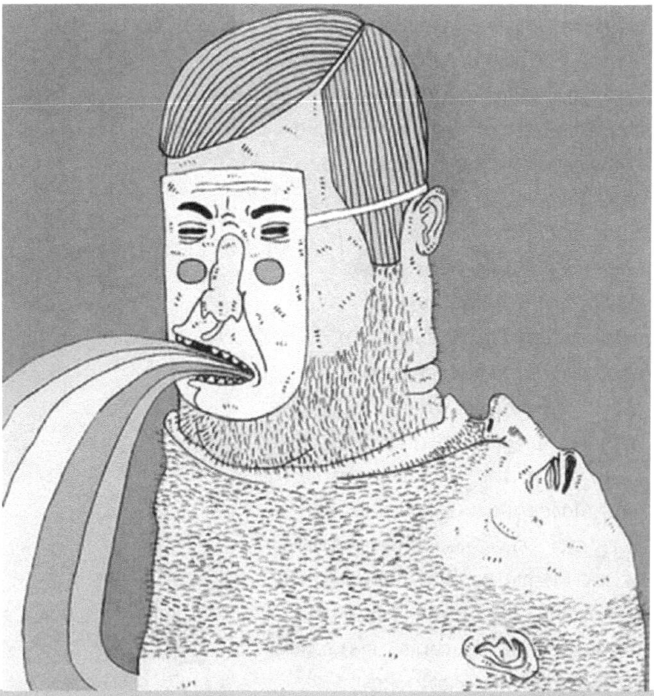

കുഞ്ഞപ്പുഅമ്മാവന്റെ രുചിഭേദങ്ങൾ

പെരുമഴയിലും വിയർപ്പൊഴുകുന്ന
ഞാറ്റടിപ്പാടവരമ്പത്ത്
ചരൽമാരികോരിച്ചൊരിയുന്ന
തൊപ്പിക്കുടച്ചോട്ടിൽ
പച്ചവെളിച്ചെണ്ണതൊട്ട
പഴവെള്ളരിക്ക ഓലനും
പഴയരിക്കഞ്ഞിയുമായിരുന്നു
അമ്മാവനു പഥ്യം.
രാത്രിമുഴുക്കെ കാടുതെണ്ടിയ
നായാട്ടുപശിയടക്കാൻ
നട്ടുച്ചയിൽച്ചുട്ട കരിമ്പാറമേൽ
എറിഞ്ഞുവാട്ടിയ കാട്ടിറച്ചി.
പടക്കംപൊട്ടിമറിഞ്ഞ കാട്ടുപന്നിയെ
വെട്ടിമുറിച്ചു പങ്കിടുമ്പോൾ

അമ്മാവന്റെ പൊയ്‌വെടിപൊട്ടും
'പുനച്ചിപ്പെണ്ണും പന്നിയിറച്ചിയും
പുനംകൃഷിയും പരമരസം'
താടികൊട്ടുന്ന കുളിരൻപനിയെ
കടുമാങ്ങയും കാന്താരിമുളകും
കാച്ചിയമോരും ചുട്ടപപ്പടവുംകൂട്ടി
വിരട്ടിയിരുന്നമ്മാവൻ.
'തറവാട്ടിൽക്കാരണവർക്ക്
പനിച്ചാലും മോരുകൂട്ടാം'
വിരൽമുക്കിയാൽ കത്തുന്ന
പറങ്കിമാങ്ങാറാക്കിനൊപ്പം
നാവിൽത്തേച്ചിരുന്നത്
ചുട്ടരച്ച മുളകുചമ്മന്തി.
പെരുമീനുദിക്കുമ്പോൾത്തന്നെ
പുഴമീൻവറ്റിച്ച ചട്ടിയിൽ
കുളുത്ത്[1] പെരുക്കിയുരുട്ടിത്തട്ടണം.
'പുഴമീൻവെച്ചാൽ പുഞ്ചച്ചേറ്റിൽ
പോത്ത് കിടന്നപോലിരിക്കണം'
ഞേങ്ങോൽപ്പാട് നേരം പൊങ്ങിയാൽ
വെള്ളോട്ടുമുരുട നിറയെ
വെട്ടിയാൽ മുറിയാത്ത ചായയും
കള്ളാൽപ്പൊങ്ങിയ വെള്ളയപ്പവും
തേങ്ങാച്ചട്ടിണിയുമായി
വിസ്തരിച്ചൊരു പ്രാതൽ.
മുരിങ്ങയിലത്തോരനും
മൂപ്പിച്ചുതരക്കിയ മുതിരച്ചാറും
ഉണക്കച്ചെമ്മീൻ ചമ്മന്തിയും
പൊടിപൊടിപ്പൻ ഉച്ചയൂണ്.
എരുമനെയ്യിട്ട വെല്ലക്കാപ്പി
വെന്തുമലർന്ന വേലങ്കിക്കപ്പ
വൈകുന്നേരം 'ലഘു'ഭക്ഷണം.
അന്തിക്കരിവെന്തുമലർന്നാൽ
അടുപ്പത്തുനിന്നന്നംകോരി
തേങ്ങാചിരവിച്ചേർത്തൊരിളക്കിക്കുടി
തേങ്ങാപ്പാലിൽ തിളച്ചുവറ്റിയ ആറ്റുമീനും
ചേമ്പിൻതാൾപ്പുളിങ്കറിയും

1. കുളുത്ത് – പഴഞ്ചോറ്

ചോന്നുള്ളിചേർത്ത പരിപ്പുവറവും
അത്താഴം കൊഴുകൊഴുക്കും.
'പരിപ്പുവറവില്ലാണ്ട് നിന്റേട്ടന്
ചോറെറങ്ങൂലല്ലോ നാത്തൂനേ'
അമ്മയോടമ്മായീടെ പൊങ്ങച്ചം.
കുടിക്കാൻ മോരൊഴിച്ച കഞ്ഞിവെള്ളം
കൊറിക്കാൻ ഓട്ടിൽച്ചുട്ടചക്കക്കുരു
തൊടിയിൽവിളയും കായ്കനികൾ
ഇടവേളകളിൽ തരാതരം.
അമ്മായിയുടെ കണ്ണുവെട്ടിച്ച്
[2]കണ്ണാണക്കിൻ തണ്ടിൻമേൽ
നെയ്മത്തിനിരത്തി
ഉണക്കിലത്തീയിൽ ചുട്ടുതിന്നുന്നതും
അമ്മാവനൊരുരസം.
പൂത്താടമൂർന്നുകഴിഞ്ഞാൽ
കുഞ്ഞിനെല്ലരിനെയ്ച്ചോറ്
ഉരുളിയിൽക്കറിമണംപായുമ്പോൾ
കോഴിപ്പൂവനു നിലവിളി.
ആടോളംപോന്ന നാടൻപൂവനെ
വറുത്തരച്ച് കുറുക്കിവെക്കണം
തുടകൾരണ്ടും പൊരിച്ചുവെക്കണം
കക്കുംകരളുംതിരഞ്ഞു വിളമ്പിവെക്കണം
ഊണെന്നും അമ്മാവനുത്സവം.
വൈകിവന്നൊരോണനാളിൽ
ചെണ്ടമുറിയൻ വെണ്ടയ്ക്കാസാമ്പാറും
കുമ്പളങ്ങപ്പച്ചടിയും
നേന്ത്രക്കാഓലനും
നാരങ്ങക്കറിയും
കയ്പ്പക്കത്തോരനും
അവിയലും
കൂട്ടുകറിയും
ശർക്കരഉപ്പേരിയും പപ്പടവും കൂട്ടി
ചെമ്പാവരിച്ചോറ് നിറച്ചുണ്ട്
കൈക്കുമ്പിൾകോട്ടി മോരുകുടിച്ച്
ഇലവടിച്ചടപ്രഥമൻകഴിച്ച്

2. കണ്ണാണക്ക് – കടലാവണക്ക്

വിരൽപ്പഴുതിൽ പൂവമ്പഴവും കടത്തി
കൈവായ്മുഖവും നെഞ്ചുംകഴുകി
കുമ്പതടവി ഏമ്പക്കംവിട്ട്
പുനംകൊയ്തുനിറച്ച പത്തായപ്പുറത്ത്
കോലായക്കാറ്റിൽ പുൽപ്പായ വിരിച്ച്
ഉച്ചമയങ്ങാൻകിടന്ന അമ്മാവൻ
ഉണർന്നില്ലപിന്നെ................................

ഇങ്ങനെയും ചരിത്രത്തിലൊരിടം

കൽപ്പകവൃക്ഷത്തൊണ്ടുവീഴുന്ന
വെള്ളായിക്കടൽത്തീരത്ത്
പുത്രപിണ്ഡം ഭുജിച്ച
ബലിക്കാക്കകൾ കാത്തിരുന്നു
ഉണ്ണിക്കണ്ണനേപ്പോൽ പാൽപ്പല്ലുമുളച്ച
ഒരു പാമ്പിൻകുഞ്ഞ്
കൂമൻകാവിൽനിന്നും
കിഴക്കേമൊളത്തിലേയ്ക്കിഴഞ്ഞുപോയി.

ഉത്തരധർമ്മപുരാണത്തിൽ
കുലപതീപുത്രനു തൂറാൻമുട്ടിയത്
പിതൃശരീരം
ചിതയിലേയ്ക്കെടുക്കുമ്പോൾ

കരിങ്കുപ്പായമിട്ട നീതിപീഠത്തിൻകീഴെ
ഭസ്മകലശത്തിന്നുള്ളിൽ
അക്ഷരാത്മാവ്
കഥാനായികയുടെ
'പ്രാചീനമായ ചന്തി'യെക്കുറിച്ചോർത്തു.

അരിമ്പാറകൾ പഴകിപ്പഴുത്ത്
വെള്ളാനകളാകവേ
തലമുറകൾ
ഇങ്ങനേയും
ചരിത്രത്തിലിടംകണ്ടെത്തുന്നു.

അയൽപക്കത്തെ ആശാരി

അയൽപക്കത്തെയാശാരി
മരം തുരക്കുമ്പോൾ
മരം കരയുന്നൂ
പലഭാവങ്ങളിൽ

പേക്കിനാപ്പൈതലായ്
നടുങ്ങിച്ചിണുങ്ങി
പേടിയായ് പിതുക്കി
പിണക്കമായേങ്ങി
വിശപ്പായ് വിതുമ്പി
മോങ്ങിയും മുരണ്ടും
വലിയവായിലലറിവിളിച്ചും
മരക്കുട്ടിയുടെ കരച്ചിൽ

കരച്ചിൽനിർത്താൻ
കെണിപ്പിനൊരുകൊട്ട്
കടച്ചിൽമാറ്റാൻ
ചീപ്പുള്ളികൊണ്ടൊരു തടവ്
ഇക്കിളിയിട്ടപോൽ

മരക്കുട്ടിയുടെ കിളുകിളെച്ചിരി
ചിരിച്ചീളുകൾ വാരിയെടുത്ത്
അഴകുള്ള ആശാരിച്ചി
കഞ്ഞീംകറിയുമൊരുക്കുന്നു

'ആയിരംപ്പിള്ളറ് കുളിച്ചുവരുമ്പം
ആശാരിച്ചെക്കൻ തടുക്കാനില്ലാതെ
എങ്ങനെ ഞാൻ ചോറുവെക്കും?'

അത്താഴം കഴിഞ്ഞ ആശാരി
മരമുട്ടികൾ കൂട്ടിയിണക്കി
നാലുകാലിൽ നിർത്തുമ്പോൾ
ആശാരിച്ചിക്കു നാണം

'നമുക്കും സ്വന്തമായ്
ഒരുകട്ടിൽ വേണ്ടേ?'

'നമക്കോരോരാവും
പുതുപുത്തൻ കട്ടിൽ'

ഏതോതമ്പുരാട്ടിക്കുള്ള
പുത്തൻകട്ടിലിൽ
അവരാരാവിലും
തച്ചനും തച്ചത്തിയുമായി.

അമ്മായി

ഭക്ഷണപ്രേമിയാണമ്മാവൻ
ലക്ഷണമൊത്തവളമ്മായി
കുഞ്ഞപ്പുവമ്മാവനമ്മായി
ഇഷ്ടഭോജ്യംപോലെയിഷ്ടക്കാരി

ഉപ്പുമെരിവുംപുളിയുംകടുത്തോരു
മോരുപുളിങ്കറിപോലെ
ചാരെയമ്മായിയിരുന്നുവിളമ്പിയാൽ
നാഴ്യരിച്ചോറുണ്ണുമമ്മാവൻ

ചോക്കെയുണക്കിയ ചൂളപ്പറങ്കികൾ
ചുണ്ടുകളായുള്ളമ്മായി
തേൻവരിക്കച്ചുളച്ചേലിൽച്ചെവികൾ
ചെന്തെങ്ങിളനീർക്കവിൾത്തടങ്ങൾ
അറ്റംതുടുത്ത പറങ്കിമാങ്ങാപോലെ
മൂക്കത്തുശുണ്ഠിയാണമ്മായിക്ക്
തോലുപൊളിച്ചോരു നങ്കുമീൻപോലെ
ചേലുള്ളനാക്കിനും നീളമേറും
തൂങ്ങിവളർന്ന പടവലങ്ങയ്ക്കൊത്തു
പാങ്ങുംപതുപ്പാർന്ന കൈരണ്ടിലും
ചെണ്ടക്കോലൻ വെണ്ടക്കപോലെ
വിരലുകൾ പന്ത്രണ്ടുള്ളമ്മായി

പുല്ലിൽപ്പഴുത്ത കണിവെള്ളരിക്കകൾ
പൊതിയുന്നകച്ചക്കസവുവേഷ്ടി
ഇളവെയിലുമേൽക്കാതെ നിഴലിൽവളർന്ന
ഇളവന്റെവട്ടി മറയ്ക്കില്ല
മത്തങ്ങാച്ചുഴിപ്പൊക്കിളിൻകീഴെ
പുടവയുടുക്കുന്നോളമ്മായി
ഏത്തവാഴത്തടക്കാലുകൾകാട്ടി
കോന്തലകുത്തുവോളമ്മായി

കാമ്പുപെരക്കിന്റെ മണമാണ്
കാളനും തോൽക്കുന്ന നിറമാണ്
തേൻപോൽമതൃക്കുന്ന മൊഴിയാണ്
തേങ്ങാമുറിപോലെ ചിരിയാണ്
പായിൽക്കിടക്കുമ്പോഴമ്മായി
ഇലയിൽനിവേദിച്ച പൂവമ്പഴം
കുഞ്ഞപ്പുവമ്മാവനമ്മായി
എന്നും സമൃദ്ധവിവാഹസദ്യ

ഓണമുണ്ടമ്മാവൻ പോയശേഷം
വീണ്ടുമൊരോണം വരുംമുമ്പേ
നെയ്യായുരുകിപ്പോയമ്മായി
ഉപ്പായലിഞ്ഞുപോയമ്മായി
എരിവായെരിഞ്ഞുപോയമ്മായി
മണമായണഞ്ഞുപോയമ്മായി.

ചുവര്

ഒന്ന്

ജന്മാവകാശമായ്
കിട്ടിയതൊരുകാട് മുഴുവനും
കാഴ്ചവണ്ടിതൻ
ഇരുമ്പഴിക്കുള്ളിൽ ഞാൻ
വിടവിലൂടൊരു നോക്ക്
കണ്ടതുകാടല്ല
ഒരു മുൾമരം
ചോട്ടിലെ കാട്ടുചെന്നായ്ക്കുഞാൻ
കൂട്ടിലെ കാഴ്ചമൃഗം

കടലുകളെല്ലാമെനിക്കുസ്വന്തം
നടുവിലൊരു നൗകവീടിൻ
ജാലകപ്പഴുതിലൂടൊരുകണ്ണ്
പെട്ടതു കടലല്ല
ഒരുപാഴ്ത്തിര
ഉള്ളിലെ
കൊല്ലിത്തിമിംഗലത്തിന്നുഞാൻ
കൊതിപ്പിക്കുമൊരുതുണ്ടുമാംസം

നീതന്നതനന്തമാമാകാശം
ചെറുവിമാനത്തിന്റെ
ചില്ലുവാതായനക്കാഴ്ചയിൽ
തെളിഞ്ഞതു വിണ്ണല്ല
ഒരു കാർമുകിൽ
ഇടിയായലറുന്ന
മിന്നൽവാളിന്നുഞാൻ ചാലകം

രണ്ട്

എങ്ങും വെളിയിടം
എങ്കിലും
കൂർമ്മകവചമായെൻമുതുകേറി
എന്നും ചരിക്കുന്നു ചുവരുകൾ!

പാതയിൽ
കാറിന്റെ ബാസിൽ തുടിക്കുന്നു
പാളത്തിൽ
കാരിരുമ്പിൻ ജാസ് തകർക്കുന്നു
തീവ്രപരിചരണമുറിയിൽ
ശീതീകരിച്ച മൗനത്തിൽ വിറയ്ക്കുന്നു
ചുവരുകൾ... ചുവരുകൾ

മൂന്ന്

ബ്രേക്ക്ഫാസ്റ്റിന്നൊരു ചെന്നായ്ക്കുടൽ
ലഞ്ചിന് തിമിംഗലപ്പല്ല്
ഡിന്നറിന് മിന്നൽവാൾ
ഒടുവിൽനീ
പാകമായളവിൽ
മുറിച്ചുപണിഞ്ഞൊരീ
മരച്ചുവരുകൾക്കുള്ളിൽ
ഇരുട്ടിൽ
പേടിയേതുമില്ലാതെ ഞാൻ....

മുണ്ട്

അരയിൽക്കെട്ടിയാൽ
കീഴ്പ്പോട്ട്
തൂങ്ങിക്കിടക്കുമെന്നതിനാലാണ്
മുണ്ടുടുക്കാൻ തുടങ്ങിയത്
മുണ്ടായാൽ
വേണ്ടല്ലോ
തുന്നൽക്കാരൻപോലും

താറുപാച്ചിയാൽ
വീറുകാട്ടാം
മാറിലിട്ടാൽ മുലക്കച്ചയാക്കാം
തോളിലണിഞ്ഞാൽ
ഞെളിഞ്ഞുനടക്കാം
ആഴംതാണ്ടുമ്പോൾ
അഴിച്ചു തലയിൽക്കെട്ടാം
തലവഴി മൂടിയാൽ
തിരുടിക്കടക്കാം
പട്ടിണിയിൽ മുറുക്കാം
മൃഷ്ടാന്നത്തിന്നയച്ചുടുക്കാം
(കാക്കനാടനും മുണ്ടാണ് സൗകര്യം.)

മുണ്ടുപൊക്കലും
മുണ്ടഴിക്കലുമില്ലെങ്കിൽ
രാഷ്ട്രതന്ത്രത്തിന്
സർഗ്ഗവഴികളുണ്ടോ?
ഇടത്തോട്ടോ
വലത്തോട്ടോ ഉടുത്ത്
എതിർകാട്ടാനും
മുണ്ടുതന്നെവേണം
(ബഷീറില്ലാത്തതും ഭാഗ്യം.)

പണിമുണ്ടുണ്ടെങ്കിൽ
പണിക്കു പഞ്ഞമുണ്ടാവില്ല
പഞ്ഞമുണ്ടെങ്കിൽ
മുണ്ടിനു പണിയുമുണ്ട്
മുണ്ടഴിച്ച്
മാവിൽക്കെട്ടുമ്പോഴാണല്ലോ
ജീവിതഭാവങ്ങൾ
രസപൂർത്തിയിലെത്തുന്നത്....
അരയിൽ മുണ്ടില്ലാത്തതും പരമാനന്ദം!

അനോറസ്കിയ നെർവോസ

കവിതമാത്രമായിരുന്നു
കവിതയുടെ കൈമുതൽ

കവിതയ്ക്ക് കവിതയഴകല്ലെന്ന്
അഴകാട്ടവേദികളിൽ
വിധിയാളരുടെ
വേർപാടുണ്ടായി

രൂപകങ്ങളും ബിംബങ്ങളും
കഥാകൃത്ത് കൈക്കലാക്കിയപ്പോൾ
കാൽപ്പനികക്കോപ്പുകളാകെ
നോവലിസ്റ്റ് ലേലത്തിൽപ്പിടിച്ചു
വൃത്തമാത്രാവസ്ത്രങ്ങൾ
വിമർശകൻ പണയമായ്‌വാങ്ങി
യതുകമോനാദിജംഗമങ്ങൾ
ജപ്തിചെയ്തുപോയി

തദ്വാരാ
പന്ത്രണ്ടാൽമസജംസതംത ഗുരുവായി
ഉപന്യാസവനങ്ങളിൽ
ശാർദ്ദൂലങ്ങൾ ക്രീഡിച്ചു
രതിവൈകൃതങ്ങളെ
രൂപകങ്ങൾകൊണ്ടു തറ്റുടുപ്പിച്ച്

പുതുകഥ
മൂർച്ഛയിൽ മുഴുകി
കാൽപ്പനികമായതിൽ
യാഥാർഥ്യങ്ങളെ വ്യാമോഹങ്ങളാക്കി
നോവൽ
വാനിലേക്കുയർന്നു

രൂപങ്ങളെല്ലാം
കവിതപോലെ രൂപകങ്ങളായപ്പോൾ
കവിതമാത്രം
കവിതയില്ലാതെ
ആടയാഭരണങ്ങളഴിഞ്ഞ്
മെലിഞ്ഞുമെലിഞ്ഞ്
ഒടുവിൽ
എല്ലാംതികഞ്ഞ
ഒരു മോഡലായിത്തീർന്നു.

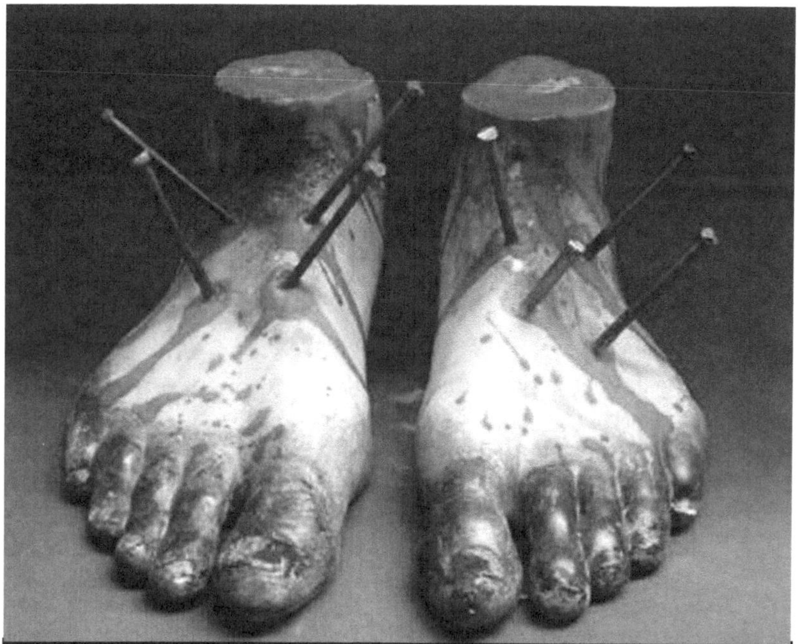

അത്താഴം

പാനംചെയ്യാൻ
കനിമുന്തിരിയും
കന്നിയിറച്ചിയും
കൂട്ടിപ്പിഴിഞ്ഞുവാറ്റിയെടുത്ത
പുത്തൻവീഞ്ഞ്

കടിക്കാൻ
ഹോമകുണ്ഡത്തിൽ ചുട്ടെടുത്ത
ഇളംതുട

വിശുദ്ധചർമ്മങ്ങൾചേർത്ത്
തുന്നിയൊരുക്കിയ
കടുംതുടിയിൽ
കരാളതാളം

പാപഞരമ്പുകൾ
വലിച്ചുമുറുക്കിയ
വയലിനിൽ
കിരാതരാഗം

കനലാട്ടത്തിൽ വെന്തുപോയ
പാദങ്ങളിൽ നൊന്തിഴഞ്ഞ്
രജനി
മുടിയാട്ടം
തുടർന്നുകൊണ്ടേയിരുന്നു

തലയോട്ടിച്ചിരികൊത്തിയ
ചുവർഘടികാരത്തിൽ
കോഴിത്തല
മൂന്നുവട്ടം കൂവി

ഒടുവിൽ
വെള്ളിക്കാശുകളാൽ വിലങ്ങണിഞ്ഞ
ഒറ്റുകാരൻ
ആനയിക്കപ്പെട്ടപ്പോഴേക്കും
ചോരയും ചാരായവും
തളംകെട്ടിയ ആട്ടക്കളത്തിൽ
പുലരി
ചത്തുകിടക്കുകയായിരുന്നു.

പെൺപക്ഷം

പ്രണയംതുളുമ്പുന്ന മിഴികളുമായി
നീ വന്നപ്പോൾ
ഞൊറിയലകളുണരുന്ന
വർണ്ണവസ്ത്രങ്ങളിൽ
പട്ടുനൂൽശലഭങ്ങളുടെ
വെന്തുപോയ വിലാപങ്ങളാണ്
ഞാൻ കണ്ടത്
കണ്ണടച്ചട്ടങ്ങളിൽ
കരയാമയോളം കദനം
കൈവളക്കിലുക്കത്തിൽ
മകുടിരാഗത്തിന്റെ ചതി
പൊങ്ങച്ചസഞ്ചിനിറയെ
മുതലക്കണ്ണീര്
മരീചികകളുടെ
മരണമണംമാറാത്ത
മൃഗചർമ്മങ്ങൾക്കുമുകളിൽ
നീയിന്നും
ഉന്മാദനൃത്തമാടി
മൂർഛയുണർന്ന്
സഹേലിയുടെ കൊടുംകുട്ടുക്കിൽ
സന്താനലഗ്നമൊടുക്കി

നടന്നുനീമറഞ്ഞപ്പോൾ
ഗോമടബിംബംകണക്കെ
നിസ്സഹായനായി ഞാൻ....
കമ്പോളത്തിന്റെ കാപട്യങ്ങൾകൊണ്ട്
നിന്നെ അണിയിച്ചൊരുക്കിയത്
ഞാൻതന്നെയായിരുന്നല്ലോ!

യൂറിൻക്യാൻ

കൊറോണറികെയർയൂണിറ്റിലെ
കണ്ടീഷൻഡ് എയറിൽ
വിറച്ചുകിടക്കുമ്പോഴാണ്
നിന്നെഞാൻ
വീണ്ടും കണ്ടുമുട്ടുന്നത്

അർധതാര്യമായ
ഇളംപച്ചപ്ലാസ്റ്റിക്കിൽ
യോനീനാളത്തിന്റെ വടിവിനന്നനീ

കൂടുതൽ
സുന്ദരിയായിരിക്കുന്നു

അഴകില്ലാത്തവനെയും
അച്ഛായെന്നുവിളിക്കാൻ
സന്മനസ്സുകാട്ടുന്ന
പച്ചയിട്ട പെൺകുട്ടിയുടെ
കയ്യിൽത്തൂങ്ങി
നീയെന്റെ ശയനത്തിലേക്കുവന്നു

മണിയറയുടെ
തുണിമറകൾ വലിച്ചിട്ട്
സോദരിയായവൾ മാറിനിന്നു

കറുത്ത പർദ്ദയണിഞ്ഞ്
പുറത്തുകാത്തിരിക്കുന്ന
സതീരത്നമായ
സഹധർമ്മിണിയുടെ കണ്ണുവെട്ടിച്ച്
വശംവദയായ വേശ്യയെപ്പോലെ
ഉടലോടുനീ ചേർന്നുകിടന്നു

ചിരപരിചിതമായ
കലാവൈഭവത്തോടെ
ജീവസ്രവങ്ങൾ
ഗർഭപാത്രത്തിലേയ്ക്കേറ്റുവാങ്ങുമ്പോൾ
നിന്നിൽ
ഓർഗാസത്തിന്റെ പുളകമുണരുന്നത്
ഞാനറിയുന്നു

ഓക്സിജൻമാസ്ക്കും
ഡ്രിപ്പ്ട്യൂബും
മോണിറ്റർവയറുകളുംകൊണ്ട്
അഴികളിട്ട ഇരുമ്പുകട്ടിലിൽ
വരിഞ്ഞുകെട്ടപ്പെട്ട എനിക്ക്
നീയൊരു എയ്ഡ്ഡാണല്ലോ

സുഭഗേ
എങ്കിലും ചോദിക്കട്ടെ,
എനിക്കുനീ പകരംതരാൻപോകുന്നത്
എയ്ഡ്സോ സിഫിലിസോ?!

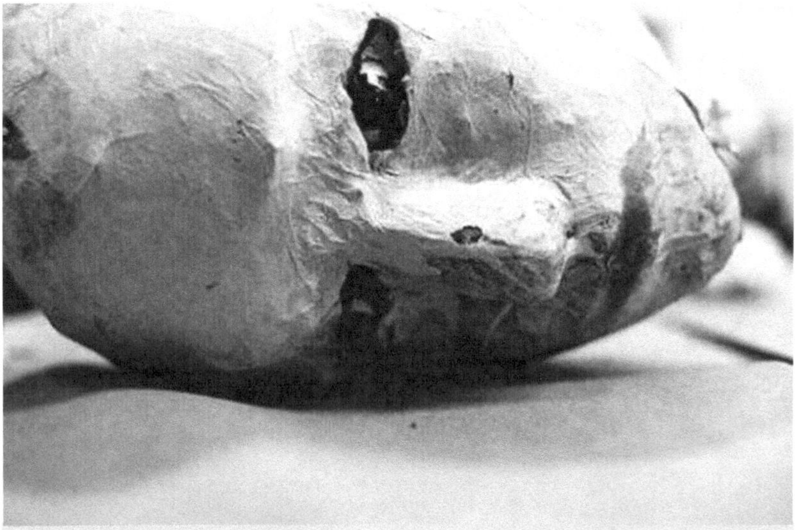

അക്ഷയപാത്രം

ചട്ടിയിൽ വേവുന്ന
മത്സ്യത്തലകളിൽനിന്നും
തുറിച്ചുനോക്കുന്ന കൃഷ്ണമണികളിൽ
നിന്റെ നിസ്സഹായത.

അടുപ്പിലെരിയുന്ന
കനൽക്കണ്ണുകളിൽനിന്നും
ചിതറിത്തെറിക്കുന്ന തീപ്പൊരികളിൽ
നിന്റെ രോഷം

വറചട്ടിയിൽനിന്നും
എരിതീയിലേയ്ക്ക്
നിസ്സഹായതയെ നീ
എടുത്തെറിയുന്നില്ല
ജന്മാവകാശമായിക്കിട്ടിയ
അക്ഷയപാത്രത്തിൽ
ജീവിതം വേവിക്കാനല്ലോ
നിന്റെ നിയോഗം

ഊഴങ്ങളെല്ലാം കഴിഞ്ഞ്
ഒടുവിലുണ്ണാൻ വിധിക്കപ്പെട്ട
നിനക്കെന്നും
പട്ടിണികൊണ്ടു വിശപ്പടക്കാം
പട്ടിണിയിലും നിറയുന്ന
അക്ഷയപാത്രമാണല്ലോ നീ!

ഹൃദയം

ചോരനിറത്തിലുള്ള
പനിനീർപ്പൂവുനീട്ടി
അവൾ മൊഴിഞ്ഞു
'ഇതാ എന്റെ ഹൃദയം'

അവളുടെ ഹൃദയം
ഗ്ലാസ് പേപ്പറിൽപ്പൊതിഞ്ഞ്
ആകാശങ്ങൾതാണ്ടിവന്ന
ഒരിറക്കുമതിപ്പൂവ്

ഇലഞെട്ടിലെ
മുൾമുനയേറ്റ്
വിരൽത്തുമ്പിൽ ചോരപൊടിഞ്ഞു

പൊതിയഴിച്ചപ്പോൾ
വാടാത്ത വർണ്ണഭംഗിക്കുള്ളിൽ
ശ്വാസംമുട്ടിച്ചത്തുപോയ
സുഗന്ധത്തിന്റെ ജഡം

പൊതിഞ്ഞ പ്ലാസ്റ്റിക് പേപ്പറിന്റെ കനം
മുപ്പതുമൈക്രോണിൽ കുറവായിരുന്നു.

ശൈത്യം

പുതുപ്പുനീങ്ങിയ
ശിശിരരാത്രിയിൽ
പെരുമ്പാമ്പിന്നുടൽ
പ്പുതപ്പായ് നീയെന്നെ
വരിഞ്ഞുചുറ്റുന്നു

തരിപ്പിൻമുള്ളുകൾ
കിളിർത്തുപൊട്ടുമാ
ഹിമനഖങ്ങൾനീ
തൊലിയും മാംസവും
തുളച്ചുതാഴ്ത്തിയെൻ
പുളിക്കുമസ്ഥിയിൽക്കൊളുത്തുന്നു

വിറച്ചുണർന്നുഞാൻ
മരണമൂർച്ഛയിൽ
തണുപ്പിൻ പൊള്ളലായ്
തിളച്ചടങ്ങുന്നു

ഘനിച്ചുറഞ്ഞൊരീ
സ്ഫടികപേടകം

ഇരുൾക്കയത്തിലേയ്ക്കിറക്കിവയ്ക്കുന്നു
മരച്ചവേരുകൾ പടർന്നിറങ്ങുന്നു
മരമായ് മീതെനീ വളരുന്നു.

വൃഥാവസന്തത്തിൻ
സ്മൃതിസ്ഥൂപംപോലെ
കുഴിത്തലയ്ക്കൽനീ
വെളുത്തുനിൽക്കുന്നു.

അടയാളം

സമാനതകളുടെ
വലക്കണ്ണികളുംകടന്ന്
അവനെ ചുംബിച്ചവൻ
മത്തായി ഇരുപത്തിഏഴിൽ
എട്ടാം കടിതത്തിനുകീഴെ
ചോരകൊണ്ട്
മരണം വരച്ചു

പാപചിത്രത്തിന്റെ
എതിർപ്പുകർപ്പ്
തെമ്മാടിക്കല്ലറയുടെ
വെള്ളമങ്ങിയ
ചുവരിലും ചേർത്തു
വെളിപാടുകളിൽ
കുഴിയടയ്ക്കപ്പെട്ട
തുകൽച്ചുരുളുകൾക്കള്ളിൽ
വിങ്ങുന്ന ദുർവിശേഷങ്ങളായി
ദുരാത്മാവ് തങ്ങിനിന്നു

പുണ്യഭൂമികളിൽ
അപ്പോഴും
പുകക്കുന്നുകൾ തുരന്നുകൊണ്ട്
ചെങ്കുരിശടയാളമുള്ള
ശവവണ്ടികൾ
ഉരുണ്ടുകൊണ്ടേയിരുന്നു.

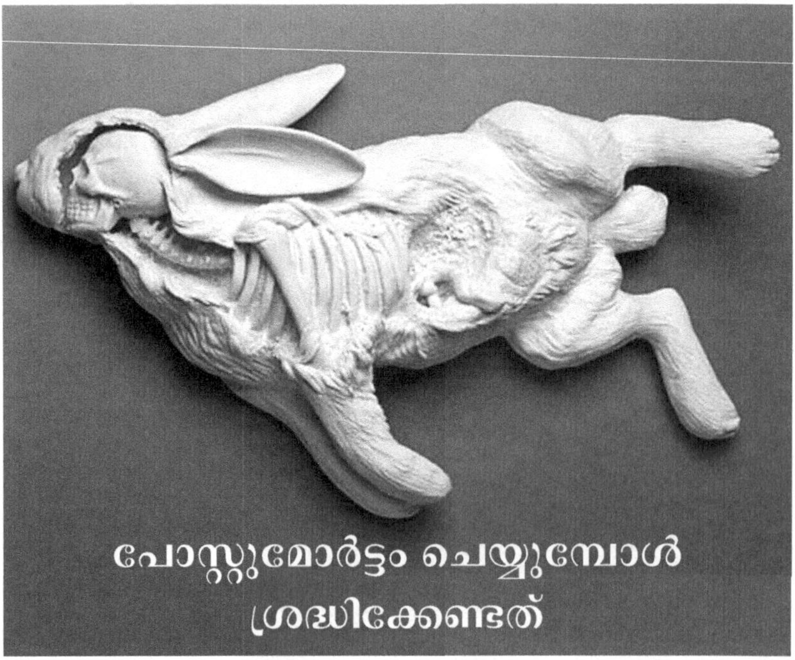

പോസ്റ്റുമോർട്ടം ചെയ്യുമ്പോൾ ശ്രദ്ധിക്കേണ്ടത്

കൊലപാതകത്തിന്റെ
സൗന്ദര്യശാസ്ത്രമനുസരിച്ച്
മൃതശരീരം
മുറിഞ്ഞതോ
ചിന്നിത്തകർന്നതോ
തുളഞ്ഞതോ
വിങ്ങിത്തുറിച്ചതോ
ചതഞ്ഞതോ
പൊള്ളിക്കരിഞ്ഞതോ ആകാം

ചീഞ്ഞും ചുരുണ്ടും
വലിഞ്ഞും ഞെരിഞ്ഞും
വരണ്ടും വിറങ്ങലിച്ചും
രൂപപരിണാമങ്ങൾ സംഭവിക്കാം

പുറംതൊലിക്കപ്പുറം
വർണ്ണവ്യവസ്ഥകളില്ല

ശരീരത്തിന്നുള്ളിൽ
മനസ്സ്

ദ്രവരൂപത്തിലോ?
വാതകരൂപത്തിലോ?
മുൻകൂട്ടിയറിയാൻ വഴിയേതുമില്ല

ആയതിനാൽ
ആവരണത്തിനു പോറലേൽക്കാതെ
അതിസൂക്ഷ്മമായറുത്തെടുത്ത്
ഫോർമലിനിലിടുന്നതാണുചിതം

പോറിയാൽ
പൊട്ടിപ്പരക്കുന്നത്
ദ്വേഷത്തിന്റെവിഷമോ
സ്നേഹത്തിന്റെ പശിമയോ
എന്താണെന്നറിയില്ലല്ലോ....

രണ്ടായാലും
കൈകളിൽ പുരണ്ടുപോയാൽ
കഴുകിക്കളയാൻ വിഷമമാണ്
ഈ രക്തത്തിൽ
നമുക്കും പങ്കില്ലല്ലോ!

യക്ഷി

പ്രതികാരദാഹം
പെരും രുധിരദാഹമായ്
പുനർജ്ജനികൾ താണ്ടിനീ വന്നവൾ
ഉടലാർന്ന ഭീകരവൈരൂപ്യമായെന്റെ
പേടിസ്വപ്നങ്ങളിൽ നിറഞ്ഞവൾ
എങ്കിലും നീയെന്റെ
ഇഷ്ടതമദേവത!

പഴങ്കേട്ടുകേൾവികളിലൊറ്റമുലച്ചിയായ്
പാതിരാമുടിയിഴച്ചലയുവോൾ
മുത്തശ്ശിക്കഥകളിൽ മുളയ്ക്കുന്ന ദംഷ്ട്രകൾ
കന്നിളംചോരയിൽ കഴുകുവോൾ
ചുടലയിൽ കത്തും കനലിന്നുമേലെനിൻ
നടനം കരിമ്പുകച്ചുരുളുകൾ
ചിതകളിലെരിഞ്ഞുതീരാത്ത ശവങ്ങൾ നിൻ
പഥ്യഭോജ്യങ്ങളെന്നഭിചാരതാളികൾ.

അഴകാർന്നമാവാസിരാത്രികളിലൊക്കെയും
അന്ധകാരത്തിലൊരു കൂരിരുട്ടായെന്റെ
വാതിലിൻപിറകിലായ് വന്നുനിൽക്കുന്നു നീ
പൗർണ്ണമികളിൽ നിലാവെണ്മയുറഞ്ഞപോൽ
മൂടലായൊഴുകിയകന്നുപോകുന്നു നീ...

പ്രണയമാണെന്നിൽ
തിരിച്ചറിയുന്നുഞാൻ
മരണാഭിമുഖ്യമാകാമതെന്നാകിലും...

ഒരുനോക്കുനിന്നെ
ഒളിഞ്ഞുകണ്ടീടുവാൻ
എല്ലും നഖങ്ങളുമടിഞ്ഞ കരിമ്പന-
ച്ചോടുതേടിപ്പെരുങ്കാടുകളലഞ്ഞതും
പലരാവുകൾ നിന്റെ
പനകൾക്കുകീഴെയാ
വിളികേൾക്കുവാൻ കാത്തുറക്കമിളച്ചതും
അറിയാതെ നീ തേടിയകലുന്നുവോ...?

അകലെയങ്ങെങ്ങോ-
വിപനിഹൃദയത്തിന്നിരുട്ടിൽനിന്നുയരുന്ന
വിരഹഗാനത്തിന്നു കാതോർത്തിരുന്നുഞാൻ
വെണ്മുകിൽക്കൊട്ടാരവാതിൽ തുറന്നു നീ
എന്നെ ക്ഷണിക്കുമെന്നോർത്തിരുന്നു
എളിയിൽനിൻ വെറ്റിലത്തളിരിൽപ്പുരട്ടുവാൻ
ഒരു കൂടുനൂറും കരുതിയിരുന്നുഞാൻ!

സൗവർണ്ണപാദസരത്തിൽ കിലുക്കമായ്
സ്വപ്നത്തിൽവന്നെന്റെ നിദ്രകളുണർത്തവേ
ആയിരം പാലകൾ പുഷ്പിച്ച ഗന്ധമായ്
ആസന്നരക്തികളിൽ നിന്നെയറിഞ്ഞു ഞാൻ,

സൗവർണ്ണപാദസരത്തിൻ കിലുക്കമായ്
സ്വപ്നത്തിൽവന്നെന്റെ നിദ്രകളുണർത്തവേ
ആയിരം പാലകൾ പുഷ്പിച്ച ഗന്ധമായ്
ആസന്നരക്തികളിൽ നിന്നെയറിഞ്ഞുഞാൻ

നുരയുമാസക്തിയായ് നീയെന്നിലണയുമൊരു

നിമിഷവും കാത്തുഞാനിവിടെക്കിടന്നിടാം
അന്നുനിൻ തപ്തസൗന്ദര്യപ്രഭയിൽഞാൻ
ഒരു മെഴുകുപ്രതിമയായുരുകും...

എല്ലുമെലുമ്പും കുഴമ്പായിമാറിയോ-
രെന്നെനീയൂറ്റിക്കുടിച്ചുതീർത്തേയ്ക്കുക
മുടിയും നഖങ്ങളും ബാക്കിവെച്ചീടണം
ശേഷകർമ്മങ്ങൾക്കതുമതിയായിടും.

കട്ടിൽപ്പാകത്തിൽ മുറിച്ചത്

വടവൃക്ഷമായ്
ഉലഞ്ഞലറുന്ന മഴ
വേടുകളായ്
ജലധാരകൾ–
മണ്ണിലേയ്ക്കാഴ്ന്നിറങ്ങുന്ന രാത്രി
ചോർന്നുനിറഞ്ഞ മുറി
സ്ഫടികജലത്തിന്നടിത്തട്ടിൽ
വെള്ളയടിച്ച ഇരുമ്പുകട്ടിലിൽ
മീൻ കൊത്തുന്ന
കൃഷ്ണമണികൾ തുറിച്ച്
കട്ടിൽപ്പാകത്തിൽ മുറിക്കപ്പെട്ട ഞാൻ.

ജലപാളികൾക്കപ്പുറം
തലയോട്ടിച്ചിരിയോടെ
വെളുത്ത പ്രണയം
കാത്തിരിക്കുന്നു....

മഞ്ഞയുറയിട്ട വിരലുകൾ
107 ഡിഗ്രിപ്പനിയുടെ നെറ്റിയിൽ
നനച്ച തുണിവിരിച്ചു.

കാലത്തിന്റെ ആമാശയം
തികട്ടിവന്നത്
ചോരയും മുലപ്പാലും!
ഇടുപ്പിനടിയിൽ
തിരുകിവയ്ക്കപ്പെട്ട
ബെഡ്പാനിലേയ്ക്ക്
സ്ഖലിതാലസ്യമായി
ബോധനിരപ്പ് താണുപോയി....

'ലാ... ഇലാഹാ....'
കണ്ണുതുറിച്ച ഇരുട്ടിൽ
പുരോഹിതവചനങ്ങൾ
ഏറ്റുവിളിച്ചുകൊണ്ട്
ശവവാഹകർ പുറപ്പെട്ടു...

അഴിയിട്ട അയൽക്കട്ടിലിൽ
പുത്തൻ കുടികിടപ്പായത്
പക്ഷാഘാതം നിശ്ചലമാക്കിയ
വണ്ടിക്കാരന്റെ വലതുകാൽ...

പെയ്തുനിറഞ്ഞ പനിക്കുളിരിന്റെ
സുതാര്യമായ മഞ്ഞുപുതപ്പ്
വെളുത്ത അസ്ഥിവിരലുകൾ
വലിച്ചുയർത്തുകയാണ്
പാദങ്ങളിൽനിന്നും
നെഞ്ചിലൂടെ
കഴുത്തുംകടന്ന്...കടന്ന്...

എപ്പോഴാണ്
ദേഹംനിറയെ ജ്വാലകളുള്ള
ദേവതയെത്തിയത്?
കത്തുന്ന കൈവിരലുകളാൽ
നെഞ്ചിൽ
കനൽ കോരിയിട്ടത്?
കട്ടിലിൻവക്കിൽ

ഇറുകിപ്പിടിച്ച ജഡത്തണുപ്പിൽ
നെരിപ്പോടമർത്തിച്ചേർന്നുനിന്നത്?!

തീപ്പൊരിപോലെ
തരിപ്പുണർന്ന വിരൽത്തുമ്പിലൂടെ
ഉയിർപ്പാതി
ഉരുകിക്കയറുമ്പോൾ
മഞ്ഞുമലകളലിഞ്ഞുതുടങ്ങി
ഇരുട്ടിന്റെ തുറമുഖത്തുനിന്നും
സ്വപ്നങ്ങൾനിറച്ച കപ്പൽ
പതുക്കെ യാത്രയായി....

നേരംപുലർന്നപ്പോൾ
നെയ്ത്തിരിനാളത്തിന്റെ നിറമുള്ള സിസ്റ്റർ
മുതുകിൽത്തട്ടിയുണർത്തി...

പ്രഭാതപത്രത്തിൽ
ചരമവാർത്തകൾക്കിടയിൽ
വണ്ടിക്കാരന്റെ
ചിരിക്കുന്ന മുഖം!

മരണത്തിന്റെ അസ്ഥിപഞ്ജരംപോലെ
അയൽക്കട്ടിൽ ഒഴിഞ്ഞുകിടന്നു.

പങ്കുവയ്ക്കപ്പെടുന്ന ശവശരീരങ്ങൾ

സ്വാഭാവികമരണംപോലെ
മുഴുവനായി സംസ്കരിക്കാൻ കിട്ടില്ല,
കൊലചെയ്യപ്പെടുമ്പോൾ
മൃതശരീരം
പലതായി പങ്കുവയ്ക്കപ്പെടേണ്ടതുണ്ട്.

നരഭീകരതയ്ക്ക്
ചിതറിത്തെറിച്ച പച്ചമാംസം
സാമ്രാജ്യത്വവെറിക്ക്
ഉരുകിക്കരിഞ്ഞ അസ്ഥിത്തുണ്ടുകൾ
സ്വർഗ്ഗനരകങ്ങൾക്ക്
ശരീരമെരിഞ്ഞുയരുന്ന ഗന്ധകധൂമം.

ചാവേർശിശുവിന്റെ വിതുമ്പും ചുണ്ടിന്
ചുരന്നുപോയ മുലഞെട്ട്
തലതെറിച്ച അഹിംസാമൂർത്തിയുടെ ഗളത്തിന്
വാക്കൊടുങ്ങിയ അഗ്നിനാവ്
തകർന്നുവീണ മിനാരത്തിന്റെ താഴികക്കുടത്തിന്

ജ്വാലയണഞ്ഞ ഒരു കണ്ണ്
(മറുകണ്ണ് ചൂഴ്ന്നുപോയല്ലോ നീതിനിറവേറാൻ!)

കഴുത്തുകണ്ടിച്ച കബന്ധം
കൊടുംഭീകരന്റെ ലൈംഗികദാഹത്തിന്
കരുവിട്ട ഗർഭപാത്രം
കുന്തങ്ങൾക്ക് തുളഞ്ഞിറങ്ങാൻ
നിരായുധമായ കൈപ്പത്തികൾ
വെട്ടിയെടുത്ത് വിജയഘോഷം നടത്താൻ
(വിശ്വാസങ്ങളേയും സംരക്ഷിക്കേണ്ടതുണ്ടല്ലോ!)

ഒടുക്കം
കുഴിയിലേയ്ക്കെടുക്കാൻ ബാക്കിയാവുന്നത്
ഒഴുകിപ്പരന്ന
ചോരയും കണ്ണീരും മാത്രം!
അന്ത്യദിനത്തിൽ
ഉയിരിട്ടു കണക്കുചോദിക്കാൻ
എല്ലിൻതുണ്ടുപോലുമവശേഷിക്കുന്നില്ല!

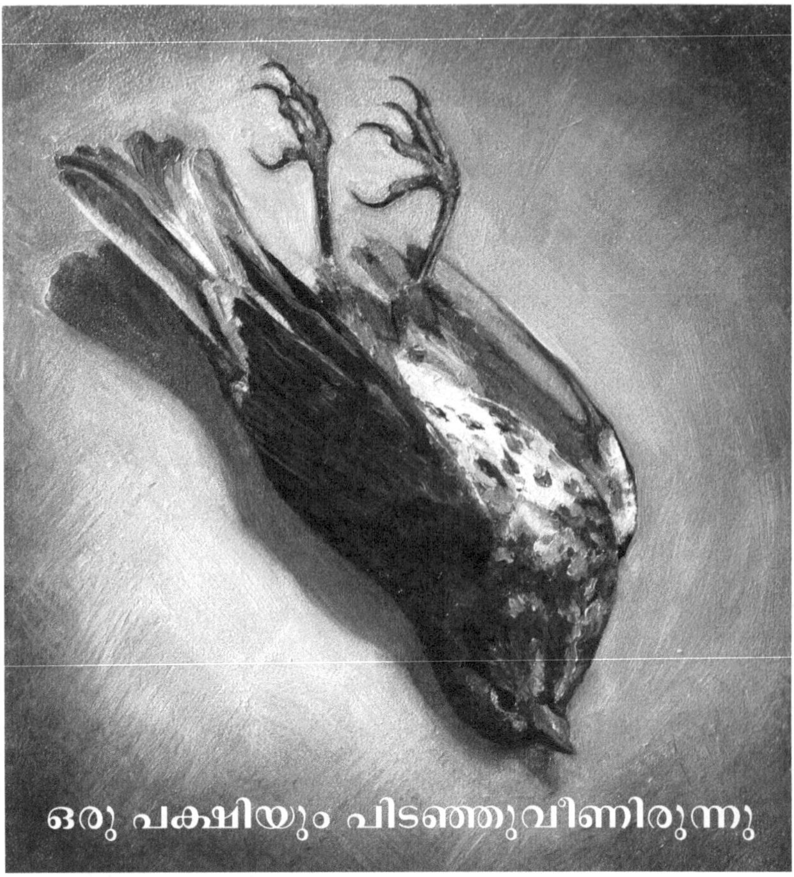

ഒരു പക്ഷിയും പിടഞ്ഞുവീണിരുന്നു

പിടഞ്ഞുവീണ പക്ഷിയുടെ
പട്ടുതൂവലുകളലുക്കിട്ട
പവിഴക്കണ്ണുകളിൽ
കാഴ്ചയുടെ പിന്നറ്റം പോലെ
ജഹന്നം
പ്രതിഫലിച്ചിരുന്നു.

രക്തബിന്ദുക്കൾ പടർന്ന
മിഴിവെള്ളയിൽ
തുറിച്ചുതള്ളിയ കൃഷ്ണമണികൾ
ജന്നത്തിനുനേരെ
മിഴിച്ചിരുന്നു.

പ്രാർത്ഥനയിലുയർത്താൻ
കൈപ്പത്തികളില്ലാതെ
വചനം വിലങ്ങിയ ചുണ്ടുകൾ
പാതിമാത്രം പിളർന്നിരുന്നു.

ചക്രവാളംകൊതിച്ച ചിറകുകൾ
കുതിപ്പിൽക്കുടുങ്ങിയ
ബുർഖച്ചീന്തുകൾപോലെ
മണലിൽ
പുതഞ്ഞുകിടന്നിരുന്നു.

കലിയുറഞ്ഞുയർന്ന
അഗ്നിഗോളങ്ങൾ
കരിംചിതയായ്‌വിഴുങ്ങുമ്പോൾ
ഇടതുചിറക്
ഒരിക്കൽക്കൂടി തുടിച്ചിരുന്നു.

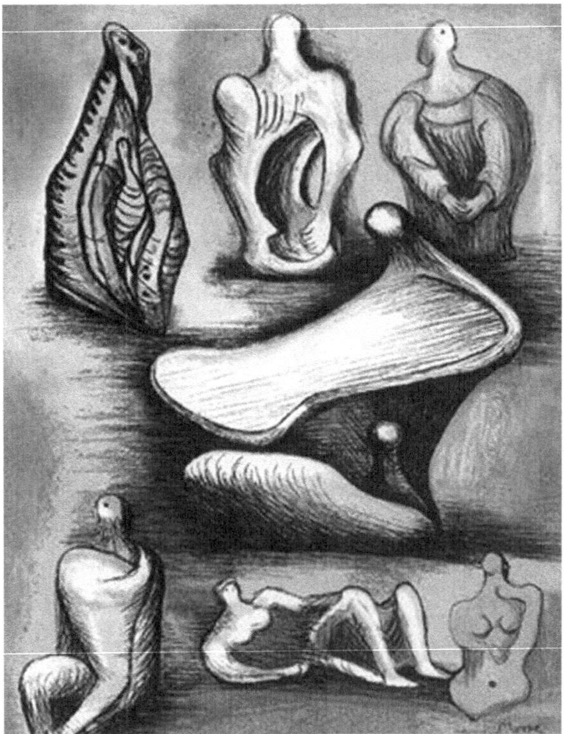

സുവർണ്ണജൂബിലി

സ്ഥാപനത്തിന്റെ
സുവർണ്ണജൂബിലിയാണ്...
ആദ്യമായവർ
സ്ഥാപകശിരസ്സ്
ഉടലിൽനിന്നും മുറിച്ചുമാറ്റി

അനന്തരം
പൂജ്യപാദങ്ങൾ
വെട്ടിയെടുത്തു

ശിരസ്സ്
പാദങ്ങളിൽ വിളക്കിച്ചേർത്ത്
സുവർണ്ണപീഠത്തിൽ പ്രതിഷ്ഠിച്ചു

ആരാധിക്കാൻ
ഒരു മുഖവും
പുഷ്പ്പാർച്ചനയ്ക്കായ് പാദങ്ങളും
അവർക്കാവശ്യമായിരുന്നു

(മുഖംമൂടിനിർമ്മിക്കാൻ
ഒരു മാതൃക
പാദുകശാലയ്ക്ക്
ഒരു വ്യാപാരചിഹ്നം!)

യശശ്ശരീരനായ
മഹാത്മാവിനെ
ആദരിക്കുന്നതേക്കാളഭികാമ്യം
അതിജീവിക്കുന്ന ശവശരീരങ്ങളെ
പ്രീതിപ്പെടുത്തുകയാണല്ലോ.

വിധിനിഷ്ടമായ
ഒരു സംസ്കാരകർമ്മത്തിനുവേണ്ടി
ഉപേക്ഷിക്കപ്പെട്ട
ഉടലിനായി
നെഞ്ചിൽ ചിതയൊരുക്കി
ഞങ്ങൾ തിരഞ്ഞുനടന്നു

കാരണം
സ്ഥാപകൻ
ഞങ്ങളുടെ പിതാവായിരുന്നു
ഉടൽ ജീവിതവും.

അജ്ഞാനം

ഇരുൾ
എനിക്കജ്ഞാതം
വെളിച്ചങ്ങളെല്ലാമണയുമ്പൊഴും
മിന്നിപ്പറക്കുന്ന മിഴികളിൽ
പൊന്നീച്ചകൾതൻ തീപ്പൊട്ടുകൾ

നിശ്ശബ്ദത
എനിക്കജ്ഞാതം
ശബ്ദങ്ങളെല്ലാമടങ്ങുമ്പൊഴും
മുഴങ്ങുന്നുണ്ട് കാതിൽ
ചീവീടുകൾതൻ പാഴ്പ്പാട്ടുകൾ

നഗ്നതയും
എനിക്കജ്ഞാതം
വസ്ത്രങ്ങളെല്ലാമഴിയുമ്പൊഴും
എന്നെപ്പൊതിയുന്നുണ്ടീദേഹം
മുഷിഞ്ഞൊരുവസ്ത്രമായ്

അജ്ഞാനങ്ങൾതൻ
അഴുകുമീ വിഴുപ്പുകളുംചുമന്ന്
ഇഴയുമതെങ്ങോട്ടെന്നതും
എനിക്കജ്ഞാതം!

ശങ്കരം

മൃത്യുതൻ ചിറകിൻമേലും മർത്യശബ്ദമായ് പുനർ–
ജ്ജനിക്കും ത്രൈയക്ഷരീ, വിപ്ലവാഭിവാദനം!

അധികാരത്തിൻ സ്തുതിപാഠമാം പായൽ മൂടും
അധമചരിത്രത്തിൻ ഉൾക്കടൽ വകഞ്ഞുനീ
വെണ്മഴുത്തിളപ്പാർന്ന നൈതികാശയങ്ങളാൽ
[1]'മലയാളിതൻ മാതൃഭൂമിയെ' ഉയർത്തവേ
വർഗ്ഗശത്രുപക്ഷത്തിൻ ഖണ്ഡനശരങ്ങളെ
ദ്വന്ദ്വവൈരുദ്ധ്യാത്മക ഭൗതികപ്പരിചയാൽ
വിപ്ലവപരിപ്രേക്ഷ്യ വാങ്മയച്ചുരികയാൽ
ഛിന്നഭിന്നമാക്കുന്ന കാഴ്ചയെൻ സ്മൃതികളിൽ.

ധർമ്മവുമധർമ്മവുമേറ്റുമുട്ടിയ ജീവൽ–
സാഹിത്യസംവാദത്തിൻ ചക്രവ്യൂഹങ്ങൾക്കുള്ളിൽ
'പണ്ഡിതമൂഢന്മാർ'തൻ നെഞ്ചകം പിളർക്കുവാൻ
കലതൻവില്ലിൽ മർത്ത്യജീവിതം തൊടുത്തുനീ.
വർഗ്ഗസംഗരവേദിയാക്കിനീ കലാവേദി
വർണ്ണാധിപത്യത്തിന്റെ കിങ്കരർ വിടവാങ്ങി.

---

1. *കേരളം മലയാളിയുടെ മാതൃഭൂമി*– ഇ എം എസിന്റെ ആദ്യത്തെ ചരിത്രഗ്രന്ഥം.

പേനയിൽ കൊടുങ്കാറ്റുനിറച്ച് സമകാലി–
കാർണ്ണവങ്ങളിൽ കോളിളക്കങ്ങളുണർത്തവേ
വാദ–സംവാദങ്ങളാൽ രീതിശസ്ത്രത്തിൻ യാഥാ–
സ്ഥിതികസ്തംഭങ്ങളും നടുങ്ങിക്കുലുങ്ങവേ
ജീർണ്ണവിഗ്രഹങ്ങൾതൻ മൂടുതാങ്ങുവാൻ വ്യർത്ഥം
കൂലിയക്ഷരങ്ങളാൽ കോളങ്ങൾ നിറച്ചവർ
പേനയുന്തികൾക്കെന്നും ഉപജീവനത്തിന്റെ
കോളുനൽകിയോൻ ഭവാൻ പോയ ചാകരക്കാലം!

[2]ജന്മവൈകല്യംപോലും അങ്ങയെ ഹനിക്കുവാൻ
മർമ്മമാക്കിടും അൽപ്പസാക്ഷരപ്പരിഷയെ
അർത്ഥതപ്തമാം വാക്കിൻ വിക്കിലെ മൗനങ്ങളാൽ
ചുട്ടുപൊള്ളിക്കും ശ്ലേഷവൈഭവം അത്യത്ഭുതം!

[3]ഭേദപാഠകർ പുത്തൻ വാച്യവൈകൃതങ്ങളാൽ
പ്രത്യയപാഠങ്ങൾതൻ അർത്ഥവും ഹനിച്ചുപോയ്
അംഗഭംഗമായ് തത്വസംജ്ഞകൾ, നിണംചിന്തി
മാധ്യമങ്ങളിൽ നുണക്കട്ടകൾ കലങ്ങുമ്പോൾ
ആശയസ്ഫുടമാർന്ന സ്വച്ഛശൈലിയിൽ ഭവാൻ
തീർത്ത ദർശനത്തെളിവർഷമാണെൻ പ്രജ്ഞയിൽ.

മൃത്യുതൻ ചിറകിന്മേൽ മർത്യശബ്ദമായ്പുനർ–
ജ്ജനിക്കും വാചസ്പതീ, വിപ്ലവാഭിവാദനം.

---

2. 'സംസാരിക്കുമ്പോൾ മാത്രമേ വിക്കുള്ളൂ' എന്ന പ്രയോഗം
3. ഭേദപാഠകർ – പാഠഭേദങ്ങൾ സൃഷ്ടിക്കുന്നവർ.